gato

mèo

conejo

thỏ

perro

chó

pollito

gà con

pato
vịt

oveja

cừu

cabra

dê

cerdo

lợn

burro

lừa

caballo

ngựa

vaca

bò

ratón

chuột

murciélago

dơi

abeja

ong

araña

nhện

zorro

cáo

ciervo

hươu

ardilla

sóc

erizo

nhím

búho

cú

rana

ếch

serpiente

rắn

mapache

gấu mèo

loro

vẹt

tucán

chim tu căng

caimán

cá sấu

tortuga marina

rùa biển

flamenco

hồng hạc

pingüino

chim cánh cụt

cangrejo

cua

medusa

sứa

foca

hải cẩu

tiburón

cá mập

ballena

cá voi

orca

cá voi sát thủ

estrella de mar
sao biển

rinoceronte

tê giác

panda

gấu trúc

mono

khỉ

león

sư tử

tigre

hổ

elefante

voi

www.ingramcontent.com/pod-product-compliance
Lightning Source LLC
LaVergne TN
LVHW071625180726
843512LV00002B/251